D1764456

வனமாய் நீ மழையாய் நான்!

டாக்டர் **ஜெ. விஜயாராணி** ஐ.ஏ.எஸ்.

நியூ செஞ்சுரி புக் ஹவுஸ் (பி) லிட்.,
41-பி, சிட்கோ இண்டஸ்டிரியல் எஸ்டேட்,
அம்பத்தூர், சென்னை - 600 050.
☎: 044 - 26251968, 26258410, 48601884

Language: Tamil

Vanamaai Nee Mazhaiyaai Naan

(Poems)

Author: **J.Vijayarani I.A.S.**
First Edition : January, 2021
Copyright: Author
No.of Pages: 136
Publisher:
New Century Book House Pvt. Ltd.,
41-B, SIDCO Industrial Estate,
Ambattur, Chennai - 600 050.
Tamilnadu State, India.
Email: info@ncbh.in
Online: www.ncbhpublisher.in

ISBN. 978 - 81 - 2344 - 041 - 5
Code No. A 4394
₹ 250/-

Branches

Ambattur (H.O.) 044 - 26359906 **Spenzer Plaza (Chennai)** 044-28490027 **Trichy** 0431-2700885 **Pudukkottai** 04322- 227773 **Tanjore** 04362-231371 **Tirunelveli** 0462-4210990, 2323990 **Madurai** 0452-2344106, 4374106 **Dindigul** 0451-2432172 **Coimbatore** 0422-2380554 **Erode** 0424-2256667 **Salem** 0427-2450817 **Hosur** 04344-245726 **Krishnagiri** 04343-234387 **Ooty** 0423-2441743 **Vellore** 0416-2234495 **Villupuram** 04146-227800 **Pondicherry** 0413-2280101 **Nagercoil** 04652-234990

வனமாய் நீ மழையாய் நான்

(கவிதைகள்)

ஆசிரியர் : ஜெ.விஜயாராணி ஐ.ஏ.எஸ்.

முதல் பதிப்பு : ஜனவரி, 2021

அச்சிட்டோர்: **பாவை பிரிண்டர்ஸ் (பி) லிட்.,**
16 (142), ஜானி ஜான் கான் சாலை, இராயப்பேட்டை, சென்னை - 14
☎: 044-28482441

All rights reserved. No part of this book may be reprinted or reproduced or utilised in any form or by any electronic, mechanical, or other means, now known or hereafter invented, including photocopying and recording, or in any information storage or retrieval system, without permission in writing from the publishers.

அருகருகே கிடந்தும்,
அவைகளை மட்டும்
ஒன்றுக்கொன்று
பார்க்க முடியாமல்...

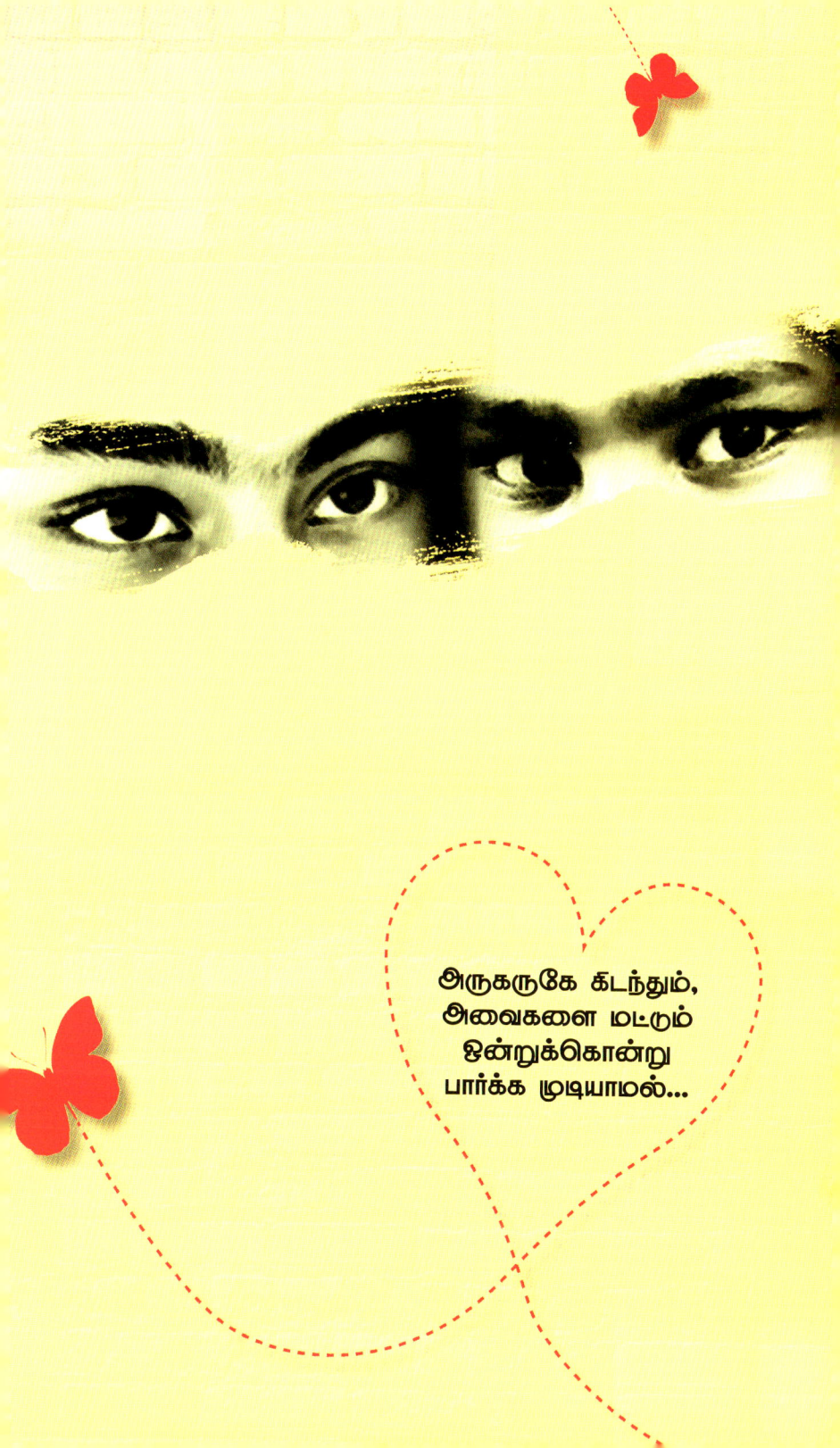

மழைக்கு மொழியேது?

கவிப்பேரரசு வைரமுத்து

ஒளியும் மழையும் போன்றது கவிதை! ஒளியிலோ மழையிலோ ஆணென்ன... பெண்ணென்ன..?

ஓர் அனுபவ அதிர்வின் கலாபூர்வமானப் பதிவாக ஒரு கவிதை இயங்குகிறபோது அதற்குப் பால்வேறுபாடு என்பது புறச்சுட்டேத் தவிர, அகச்சுட்டு அன்று.

அணிந்துரை

தன் பால்வேறுபாடுகளைக் களைந்துவிட்டுக் கவிதை கவிதையாகவேப் பிறக்கிறது.

பெயரைச் சார்ந்துப் பிறக்கின்றக் கவிதைப் பெயரைத் தாண்டி நகர்கிறபோதுதான் முழுமையை நோக்கிய, அதன் முதல் எட்டு நிகழ்கிறது.

செவ்வியல் மரபில் செழித்தோங்கி வளர்ந்தத் தமிழுக்குப் பெண்பாற்புலவர்களின் பேரூட்டமிக்கப் பங்களிப்பு சங்க இலக்கியத்திலிருந்தே காணக்கிடைக்கிறது.

அவ்வையாரும் வெள்ளிவீதியாரும் பொன்முடியாரும் மாறோக்கத்து நப்பசலையாரும் நச்செள்ளையும் பெயர்களால் பெண்பாற் கவிஞரென்று அறியப்பட்டாலும், அவர்தம் பாக்களில் 'பெண்பால்' என்ற இடஒதுக்கீடு இல்லை.

கட்டறுத்தக் கருத்துக்களும், விசிறியடித்த விடுதலையும் பால்கடந்த பரிணாமமும், அவர்தம் கவிதைகளில் மேலோங்கி நிற்பது பெண்ணின் நிமிர்வுக்கு நிலைத்தச் சான்றுகளாகும்.

சங்க இலக்கியத்தில் தொனித்த மரபுதான், ஆண்டாள் பாடல்களில் திமிர்ந்த புலமைத் திறமாகிறது.

மன்னராட்சியும் சனாதனங்களும் நிலப்பிரத்துவ நெடுஞ் சட்டங்களும் வைதீக விலங்குகளும் பெண்ணின் இருப்பைப் பின்னுக்குத் தள்ளியதால், இடைக்காலத்தில் தமிழுக்குப் பெரிதும் பங்களிக்கவில்லை தாய்க்குலத்தார்.

பெண்ணுரிமையும் பெண் கல்வியும் சமூகத் தத்துவங்களாய் வளர்த்தெடுக்கப்பட்டு, அவற்றின் வீரிய வித்துக்கள் திசையெட்டும் தெறித்தபோது தமிழ் நிலத்திலும் மொத்தமாகவும் சில்லறையாகவும் அவை முளைத்தன.

தாழத் தலைப்படவே தயாரிக்கப்பட்டிருந்த பெண் இன்று பரவலாக ஆளத் தலைப்பட்டு விட்டாள்.

இந்திய ஆட்சிப்பணியில் ஆளத் தலைப்பட்டிருக்கும் டாக்டர் விஜயாராணி படைப்பிலக்கியப் பாதையிலும் பயணிப்பது அவரின் கூடுதல் பெருமையாகும்.

'வனமாய் நீ! மழையாய் நான்!' என்ற பெயரில் வெளிவரும் இந்தக் கவிதைத் தொகுதி, ஒரு பொருள் குறித்த பன்முகங்களின் பதிவாகும்.

வானம் தன் மின்னல்களைச் சேமித்து வைப்பதில்லை; மழை தன் துளிகளைத் தொகுப்பதில்லை; வனாந்தரம் தன் பூக்களைக் கோப்பதில்லை. ஆனால், இதயத்தில் வெட்டிய மின்னல்களை ஆங்காங்கே கண்வழிப் பொழிந்த நுண்மழைகளைத் தனக்குள் பூத்து உதிர்ந்த தங்க மலர்களை, இந்த நூலில் நேர்த்தியாகத் தொகுத்திருக்கிறார் டாக்டர் விஜயாராணி.

வீணை என்ற பழைய கருவியிலும் வித்தைத் தெரிந்தவள் விதவிதமாய் ராகம் காட்டுவதுபோல், காதல் என்ற தொன்மக் கருவியில் கேளாத ராகங்களை வித்தியாசத் தொனிகளில் மீட்டிக் காட்டியிருக்கிறார் விஜயாராணி.

இழந்துகொண்டே பெறுவதும் பெற்றுக்கொண்டே இழப்பதும்தான் காதலின் ஆகச்சிறந்த அனுபவம். அது ஒரு மாறுபட்ட போர். வெற்றி பெறுவதற்காகவே தோற்பதும் தோற்றவரெல்லாம் வெற்றி பெறுவதும் காதல் என்ற களத்தில் மட்டுமே சாத்தியம்.

எல்லாக் காலத்திலும் காதல் நிகழ்ந்திருக்கிறது. அந்தந்தக் காலத்தில் அது சமகால மொழியில் பேசப்பட்டிருக்கிறது

இது இந்தக் காலத்து நிகழ்வு; இந்தக் காலத்து மொழி.

நறுக்கென்ற மொழியாலும் நளினமான வடிவத்தாலும் அனுபவங்களைச் சிந்தாமல் சிதறாமல் சேமிக்கத் தெரிகிறது கவிஞருக்கு.

"அறையெல்லாம் மெல்லிய
வெளிச்சம் பரவிக் கிடக்க,
என் அருகே உன் மனம்
பரவிக் கிடக்க,
தேடியதெல்லாம் ஒருங்கே
கிடைத்தாற்போல ஊமை மனசு
உன் மனசைப் பொத்திய
மார்புக்கூடு சாய முயல...
உதடுகள் கேட்டன,
"பிரிந்திடலாமா என்று."
பேசாத மௌனங்களை
எல்லாம் மிகச் சரியாகப் புரிந்துகொண்ட நீ,
பேசிய மௌனம் புரியாமல் நகர்ந்தாய்...
பேச முடிந்த
உதடுகள் மௌனித்திட
உதடுகள் இல்லா மனது
மெல்லச் சிரித்தது!"

இது போன்ற நாகரிக வலிகளின் மொழிகளை நீளப்பேசுகிறது இந்த நெடுந்தொகுப்பு.

யாரோ அனுபவித்த, தொல் துயரங்களை, பேரின்பங்களை இன்னோர் உடலுக்கும் உயிருக்கும், இன்னொரு காலத்துக்கும்

தலைமுறைக்கும் கடத்துவதே கவிதையின் முதற்றொழில், அதை இந்தக் கவிதைகள் நிறைவேற்றுவதாகவும் நிறைவேற்ற முயல்வதாகவும் என்னால் உற்றுணர முடிந்தது.

காதல் என்ற உணர்நிலை ஒன்றுதான். ஆனால், அதன் உணர்தளங்கள் இடம் பொருள் காலத்திற்கேற்ப மாறுபடுகின்றன. அந்த மாறுபட்ட கருப்பொருள்களை உருப்பொருள்களாக உணர்த்துவதில் விஜயாராணி வெற்றியை நோக்கி நகர்கிறார்.

மானுட வாழ்வை முன்னெடுத்துச் செல்லும் சக்கரங்கள் உழைப்பும் காதலும் பசியும் போரும்தாம். காதலை உணர்வதிலும், உணர்த்துவதிலும், துய்ப்பதிலும், துயர்ப்படுவதிலும், காதலென்ற ஊடகத்தின் வழியே தன்னை அறிதலிலும், அறிந்து ஆன்மிகம் சொல்லாத அத்வைதம் அடைவதிலும் மனித வாழ்வு கழிந்தது; கழிகிறது; மற்றும் கழியும்.

"ஒரு நொடி போதும்
நிராகரிக்க,
ஒரு ஜென்மம் வேண்டும்
நிரூபிக்க"

என்ற பாப்லோ நெருடாவின் கவித் தெறிப்பின் எழுத்துச் சாட்சிகளாகவே இக்கவிதைகள் இயங்குகின்றன.

"எனது ஏதேனும்
ஒரு தர்மத்தில்
மனம் இறங்கி வந்து,

இறைவன்,
'ஏதேனும் வரம் கேள்'
என்று கேட்டால்,
கேட்பேன்! இந்தக் கணமே
நான் மரித்திட
வேண்டுமென்றும்,
பிறருக்காய் உழலும்
உன் ஆயுளோடு
என் மிச்ச ஆயுளையும்
சேர்த்து...
உன் ஆயுள்
நீட்டிக்க வேண்டுமென்றும்!"

என்றோர் கவிதை பேசுகிறது. இறப்பையே வரமாய்க் கேட்கும் ரசவாதம் நேசத்தின் பரப்பில்தான் நிகழவியலும்.

வலிகள் கவிதைகளாவதும், கண்ணீர் முத்துக்களாய் முதிர்வதும், அவமானங்கள் கிரீடமாவதும், இழப்பு வரவாவதும், மரணம் தியாகமாவதும் காதலில் மட்டுமே சாத்தியம் என்பதனால்தான் வாழ்வும் இலக்கியமும் காதலைத் தங்கள் உச்சந்தலையில் உயர்த்திப் பிடித்துக் கூத்தாடுகின்றன.

இந்தக் கவிதைத் தொகுதி, எல்லோரின் அனுபவங்களையும் எழுப்பிவிட்டுப் போகிற ஓர் எழுத்தனுபவம். இருண்மையற்ற மொழியில், ஊளைச்சதையற்ற வார்த்தைகளில், திகைக்க விடாத சொல்லாடல்களில், அதிர்ச்சி வைத்தியத்திற்கு ஆசைப்படாத உத்திகளில், மழைத்துளி பட்டு, மொட்டு மலர்வது போல் இயல்பாக மலர்ந்திருக்கின்றன இக்கவிதைகள்.

இந்திய ஆட்சிப் பணியாளர் ஒருவர் இலக்கியம் எழுதுகிறாரே என்று வாசகர்கள் வியக்க வேண்டாம். இலக்கியம் படைக்கத் தெரிந்த ஒருவர் இந்திய ஆட்சிப் பணியாளராக இடம்மாறிவிட்டாரே என்று கவலைப்படலாம்.

'இறுதி ஆசை' எனும் தலைப்பில் எழுதப்பட்டிருக்கும் ஒரு கவிதை என் இதயத்தை இறுக்கிப் பிசைந்தது.

"இறுதியாய்...
இறந்து
என் விழிகள்
மூடு முன், எவரேனும்
நிறைவேற்றிட வேண்டி,
இறுதி ஆசை
எதுவென்று கேட்டால்
சொல்வேன்,
உன்னை மட்டுமே
நேசித்து,
இறுதிவரை
உன்னை மட்டுமே
சுமந்து கிடந்த,
இதயத்தை
உன்னிடமே
தூக்கி எறிந்துவிட்டு
நான் மட்டும்
இறந்து போக
வேண்டுமென்று!"

எந்த மொழியில் மொழிபெயர்த்தாலும் இந்தக் கவிதை தாய்மொழியில் போலவே உணரப்படும். மழைக்கு மொழியேது?

எனக்கும் ஓர் ஆசை எழுகிறது. இறுதி ஆசையன்று; இலக்கிய ஆசை.

பெண்கவிகளின் பெரும்படை வரிசையில் டாக்டர் விஜயாராணி முன்களக் கவிஞராய் முன்நிற்க வேண்டும்.

வாழ்த்துகிறேன்.

சென்னை
13.12.2020

அன்புள்ள...

வைரமுத்து
13 12 2020

வனமாய் நீ!
மழையாய் நான்!

நீதிபதி ஜெ.ஸ்ரீதேவி

எண்ண அலைகளுக்கும் நிதர்சனங்களுக்கும் இடையில் நடக்கும் மனதின் போராட்டத்தினை இனிமையான சாரலாகத் தூவி நீர்த் திவலைகளாகத் தெளித்துப் பெருமழையாக பெய்து சலனமற்று ஓடி, வெள்ளமாகப் பாய்ந்து பின், அருவியாகக் கொட்டுகிறார் கவிதாயினி விஜயாராணி.

வாழ்த்துரை

காதல் வேதம் தேடி, மௌனம் பேசி, யுத்தம் செய்து, நேசம் இறைஞ்சிக் கிடக்கும் ஏந்திழையாய் உருமாறி அன்பு தொலைத்து 'நான்' தொலையும் வலிதனை உணர்த்துகிறார், கவிதாயினி தன் கவிதைகளின் வாயிலாக...

மழைப் பொழுதும் நீயும்...

மப்பும் மந்தாரமுமாய்,
இருள் கவிய ஒரு
மன்மதன் போலச்சிரித்து,
நகரவிடாமல் செய்து
மனம் திருட முயல்கிறது
மழைப்பொழுது!
மந்தகாசமாய்ச் சிரித்து,
மனம் கவிந்து
நகரவிடாமல் செய்து,
என்னையே
திருட முயல்கிறாய் - நீ!
இடைக்கிடந்து...
என்னையும் கடக்க இயலாமல்,
எல்லையும் கடக்க இயலாமல்,
தடுமாறிக் கிடக்கிறேன்,
நான்!

தாள ஜதி போட வைக்கின்ற கவிதை மழைப்பொழுதை அனுபவிக்கச் செய்கிறது. காதலில் விழுந்து பதில் தெரியாமல் புரண்டு கொண்டு இருப்பவரின் எண்ண ஓட்டங்களைக்

காதலின் தாகத்தை, தவிப்பை இயல்பாகவும் இலைமறை காயாகவும் இயம்பியுள்ள பாங்கு மழை போலவே சில்லென்று மனதைக் குளிர்விக்கின்றது!

விரல்களில் உலகம்!

தூறலும் சாரலுமாய்
காற்று மெல்லத் தொட
மேகம் போர்த்தி
நகர்ந்தது வெளிச்சம்.
வெளிச்சம் தொட இயலாது
தோற்ற சாரல்
ஊர்தியின் இறக்கிய
சன்னல் வழி
என் கன்னம் தீண்டி
கேசம் கலைத்து, சிலிர்த்திட,
எதுவும் போர்த்திக் கொள்ள
இல்லா நான்
உன் பக்கம் நகர,
என் விரல்கள்
இறுகப் பற்றிக் கொண்டாய்
பற்றிய உன் விரல்களில்
ரம்மியமாய்த் தெரிந்ததடா
என் மொத்த உலகும்

என்கிற கவிதையில் கரு சுமந்த மேகத்தையும் அதனூடே சாரலையும் ரசனையுடன் துணைக்கழைத்து சூல் கொண்ட

சுகமாய்த் தூவும் சாரலின் சரசம் காதலின் செவ்விய பாகமோ? காதல் சொல்லி நடைபயில்கிறார் கவிதாயினி. இது சிற்பம் செதுக்கும் சிற்பியை விஞ்சும் கவிதை செதுக்கும் திறன்.

என் கடலே!

ஏன் மௌனித்துக்
கிடக்கிறாய்?
அலைக் கரம் நீட்டி
என்னைத் தீண்டிச்
சீண்டவில்லை,
நுரையாய்ச் சிரித்து
பாதங்கள்
வருடவில்லை,
இறைஞ்சி அடித்துக்
கோபம் காட்டவில்லை,
தள்ளினாலும்
திரும்பத் திரும்ப வந்து
முட்டிச் சாய்க்கவில்லை,
ஏன் மௌனித்துக் கிடக்கிறாய்
என் கடலே!

இக்கவிதையில் காதல் அவ்வப்பொழுது மௌனித்துக் கொள்ளுகையில் உணரப்படும் வெறுமையை கடலுக்கு மேலேற்றி உருவகித்திடும் பாங்கு அழகினுக்கு அழகு.

மூச்சு முட்டுதடா எனும் கவிதையில் புண்பட்ட மனதை அல்ல, முரண்பட்ட மனதின் முகம் காட்டும்

மென்பட்ட மொழிகள் அதிலும் முரண்தொகை (Oxynorm) பயன்படுத்தியுள்ளது கவிதாயினியின் எழுத்தாளுமையைப் பறைசாற்றுகிறது.

'கள்வன் போல' என்ற கவிதையில் விகல்பமற்ற பெண்ணின் விடை காணா வினாவாகத் தொக்கி நிற்கிறது நேசம் கொண்ட உணர்வுகள்.

'கண்களறியா வேலி' 'பேசிய மௌனம்' 'மூச்சு நிறுத்துகிறாய்' இவை 90 சதவிகிதம் இந்தியப் பெண்களின் சத்தமில்லா மொத்த மன ஓட்டத்தின் சுத்தமான கண்ணாடி.

நிராயுதபாணிகளாய்...
படைக்கலம் கொண்டு
அடித்த பொழுதெல்லாம்
நெடிது கிடந்த என்
அரண்கள் இன்று
நொறுங்கிக் கிடந்தன.
எதிரில் நின்ற நீ
எய்த அஸ்திரம் எதுவென்று
எங்குத் தேடியும்
எதுவும் கிட்டவில்லை
நொறுங்கியது எவ்விதம்
என்றும் தெரியவில்லை!
அடுத்துச் செய்வதறியாது,
சரணும் அடைந்திடாது,
இருவருமே

நேர்கொண்டு நிற்கிறோம்
நிராயுதபாணிகளாய்!

தற்காலப் புதுக்கவிதை மட்டுமல்ல இலக்கியத்திலும் தனக்கிருக்கும் தனித்துவத்தைப் புலமையை உரசிக்காட்டும் வரிகளின் ஜொலிப்பு, நம்மை வாழ்த்த வார்த்தைகளற்ற "நிராயுதபாணிகளாய்" நின்று திகைக்க வைத்து, கவிதாயினியின் எண்ண ஓட்டத்தினூடே நம்மையும் கை கோர்த்து இயைந்து அழைத்துச் செல்லும் பாங்கு இவரது தனித்தன்மை. இவர் விரும்பும் தேடலை நிறுத்திக் கொண்ட பின்பும், நம் கண்கள் தாமாகவே மேய்கிறது, அவர் தேடிய திசை நோக்கி...

'வினாவும் வினாவும் சேர்ந்து விடையாகிடுமா?' தெரியவில்லை! ஆனால், கனாவும் கனாவும் சேர்ந்து கவிதையாகி பொங்கிப் பிரவாகிக்க கண்டேன் இக்கவிதையில். சிலம்பேந்தி நீதி கேட்ட கண்ணகியாகி, அரசனிடம் அல்ல நம்மை இயக்கும் பராபரனிடமே நியாயம் கேட்கிறார் கவிதாயினி. 'என் பராபரனே!' எனும் கவிதையில்...

வனமாய் நீ! மழையாய் நான்!

நீ பெய்யென்றால்
பெய்யும் மழையா
என் நேசம்?
முளைவிடாது கிடந்த நீ,
என் நேசமெல்லாம்
விழுங்கி விட்டு,
முளை விட்டு,

கிளை விட்டு,
விருட்சமாகி
வனமாய்க் கிடக்கிறாய்,
வறண்டு விட்ட எனக்கு
ஈரம் கூடத் திருப்பிடாது
மறுத்து விட்டும்,
மறந்து விட்டும்...
ஈரமே அற்ற வனமாய் நீயும்
ஈரம் தேடும் துளிகளோடு
மழையாய் நானும்!

தன்னிடம் உள்ள நேசத்தையெல்லாம் மழையாய் பொழிந்துவிட்டு வறண்டு போய், நேசத்திற்காக ஏங்கும் மழையாய் இக்கவிதையின் காதலி, கடையேழு வள்ளல்களின் எண்ணிக்கையைக் கூட்டி எட்டாவதாக இணைந்து மிளிர்கிறார். கவிதாயினியின் கவிதைத் தொகுப்புகள் கடலும் கடல் சார்ந்த மழையுமாக நெய்தலின் உயிரோட்டத்தோடு மணிமேகலை போன்றதொரு காப்பியத்தினை புதுமையாக, புதினமாக படித்த நிறைவைத் தருகிறது. அழகு, கவிதைகள் மட்டுமல்ல, அதற்கு உயிரூட்டும் நிழற்படங்களும் அழகுதான்! ஏன், கவிதாயினியும்தான்!

அரசுப் பணியினூடே உளவியல் ஆராய்ச்சியும் செய்து, முனைவருமாகி அது சார்ந்த இரு கவித்தொகுப்புகளை அழகாகப் பிரசவித்த 'வெற்றி அரசியை' மென்மேலும் வளர்க என்று வாழ்த்துகிறேன் உள்ளன்போடு!

பிரியமுடன்

ஜெ.ஸ்ரீதேவி, B.Sc., M.L., PGDF Sc.,
மாவட்ட நீதிபதி.

டாக்டர். **ஜெ.விஜயாராணி**
ஐ.ஏ.எஸ்

காதலா?!

பெயரிடப்படாமலேயே
நமக்குள் கிடந்தது
'அது' அருகே,
உணர்ந்து விட்டதாய்
நான் சொன்னேன்!
இல்லையே, என்று
நீ சொன்னாய்!
பிணைத்துக் கொள்ள
முடியாமலும்
பிரிந்து செல்ல
முடியாமலும்
நமக்குள்
பெயரிடப்படாமலேயே
கிடந்தது 'அது!'

●

30 வனமாய் நீ
மழையாய் நான்!

3

டாக்டர். ஜெ.விஜயாராணி
ஐ.ஏ.எஸ்

எது நீ?

துளித்துளியாய்த்தான்
சேர்கிறாய்...
சட்டென்று அருவியாகிறாய்...
விழிமூடி,
நனைந்து குளிருமுன்
மறைந்து கானலாகிறாய்!
நனையாமலே
வறண்டு போகிறேன்!
அருவியா? கானலா?
எது நீ
உரைத்திடேன் சகிதா!

●

32 வனமாய் நீ
மழையாய் நான்!

4

டாக்டர். **ஜெ.விஜயாராணி**
ஐ.ஏ.எஸ்

சரணடைகிறேன்!

அடுத்தடுத்து வீசுகிறாய்
அஸ்திரங்களை...
துளிக்கூட
இடைவெளியே இல்லை!
எதை, விழியோடு விடுப்பது?
எதை, செவியோடு சேர்ப்பது?
எதை, மனதோடு ஏற்பது?
முடியாது தோற்கிறேன்!
மூச்சு முட்டித்
திணறுகிறேன்!
மண்டியிட்டு,
கரங்கள் மேலே
உயர்த்தி விட்டேன்
அபயத்திற்குப் பின்னும்
அழித்திடல் நியாயமா?
விட்டுவிடேன்
என்னை!

●

வனமாய் நீ
மழையாய் நான்!

5

டாக்டர். ஜெ.விஜயாராணி
ஐ.ஏ.எஸ்

மழைப் பொழுதும் நீயும்...

மப்பும் மந்தாரமுமாய்,
இருள் கவிய - ஒரு
மன்மதன் போலச்சிரித்து,
நகரவிடாமல் செய்து
மனம் திருட முயல்கிறது
மழைப்பொழுது!
மந்தகாசமாய்ச் சிரித்து,
மனம் கவிந்து
நகரவிடாமல் செய்து,
என்னையே
திருட முயல்கிறாய் - நீ!
இடைக்கிடந்து...
என்னையும் கடக்க இயலாமல்,
எல்லையும் கடக்க இயலாமல்,
தடுமாறிக் கிடக்கிறேன்,
நான்!

6

டாக்டர். ஜெ.விஜயாராணி
ஐ.ஏ.எஸ்

மூச்சு முட்டுதடா!

ஈரம் காய்ந்த
புல்வெளி
பூந்தோட்டம்...
தூறல் தேடி,
வாடுகையில் சட்டென்று
வந்தாய் நீ!
சில நேரத்துத்
தூறலாயும்,
இடையில் புயலாயும்,
பின் மழையாயும்,
உடனே தூறலாயும்,
படிநிலையில்லா
உன் ஆளுமை
மூச்சு முட்டுதடா
பற்றிட விரல்
தேடித் தவிக்குதடா!

●

38 வனமாய் நீ
மழையாய் நான்!

7

டாக்டர். ஜெ.விஜயாராணி
ஐ.ஏ.எஸ்

கள்வன்போல...

காதல்
கோடு தாண்டி
ஒரு கள்வன் போல்
உள் புகுந்திட...
நட்பு
நெஞ்சம் விட்டு,
நெடுந்தூரம்
நகர்ந்துபோனது!
நீ பேசுவதும்
சிரிப்பதும் எனக்குக்
காதலாய்த் தெரிய,
நான் பேசுவதும்
சிரிப்பதும் மட்டும்
உனக்கேன் நட்பாய்த்
தெரியுது?

●

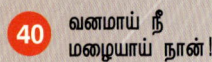

8

கடன்பட்டாற்...

கடங்காரா
உனக்காகக்
காத்துக் காத்துக்
கிடந்து செலவழித்தப்
பொழுதுகளை எல்லாம்
திருப்பிட எண்ணமில்லையா?
புதிது புதிதாய்த் தேடும்
எவருக்கெல்லாமோ
உன் பொழுதுகளைக்
கொடுத்துக் கொண்டிருக்கிறாய்!
கடன் தீர்க்கா
இலங்கை வேந்தன் நிலை
கண்டுமா கலங்கவில்லை
உன் கடன்பட்ட
நெஞ்சம்!

●

42 வனமாய் நீ
மழையாய் நான்!

9

டாக்டர். ஜெ.விஜயாராணி
ஐ.ஏ.எஸ்

கண்களறியா வேலி...

உணர்வுகள்
இத்தனை ஒத்திருக்க,
உயிரையும்
இதமாய்த் தொட்டிருக்க,
இன்னும்
எங்கே
இடை கிடக்குது
கண்களறியா
அந்த வேலி?
கரங்களைப்
பற்றிக்கொள்ள விடாமலும்
நெஞ்சங்களைக்
கட்டிக்கொள்ள விடாமலும்
தடுத்துக்கொண்டு?

●

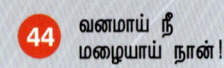

10

டாக்டர். ஜெ.விஜயாராணி
ஐ.ஏ.எஸ்

பேசிய மௌனம்!

அறையெல்லாம் மெல்லிய
வெளிச்சம் பரவிக் கிடக்க,
என் அருகே உன் மனம்
பரவிக் கிடக்க,
தேடியதெல்லாம் ஒருங்கே
கிடைத்தாற்போல ஊமை மனசு
உன் மனசைப் பொத்திய
மார்புக்கூடு சாய முயல...
உதடுகள் கேட்டன,
"பிரிந்திடலாமா என்று."
பேசாத மௌனங்களை
எல்லாம் மிகச் சரியாகப்
புரிந்துகொண்ட நீ,
பேசிய மௌனம்
புரியாமல் நகர்ந்தாய்...
பேச முடிந்த
உதடுகள் மௌனித்திட
உதடுகள் இல்லா மனது
மெல்லச் சிரித்தது!

●

46 வனமாய் நீ மழையாய் நான்!

11

மூச்சு நிறுத்துகிறாய்!

சில நேரத்துக்
கேள்விகளில் கிடந்தவை,
வெறும் வார்த்தைகள் அல்ல
உயிர் இயங்கிட
கேட்ட சுவாசமூச்சு
என்பதறியாது,
இதழ்கள் இறுக
மூடிக்கொண்டாய்,
பதில் சொல்லாத,
என் மூச்சை நிறுத்த முயலும்
உன் மௌனங்களுக்கு,
எந்த அகராதியில்
தேடியும் கிட்டிடா
"கற்பெனும்" அர்த்தத்தை
நீயே செய்துகொண்டாய்!

●

48 வனமாய் நீ மழையாய் நான்!

12

டாக்டர். **ஜெ.விஜயாராணி**
ஐ.ஏ.எஸ்

நிராயுதபாணிகளாய்...

படைக்கலம் கொண்டு
அடித்த பொழுதெல்லாம்
நெடிது கிடந்த என்
அரண்கள் இன்று
நொறுங்கிக் கிடந்தன.
எதிரில் நின்ற நீ
எய்த அஸ்திரம் எதுவென்று
எங்குத் தேடியும்
எதுவும் கிட்டவில்லை
நொறுங்கியது எவ்விதம்
என்றும் தெரியவில்லை!
அடுத்துச் செய்வதறியாது,
சரணும் அடைந்திடாது,
இருவருமே
நேர்கொண்டு நிற்கிறோம்
நிராயுதபாணிகளாய்!

●

50 வனமாய் நீ
மழையாய் நான்!

13

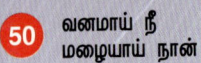

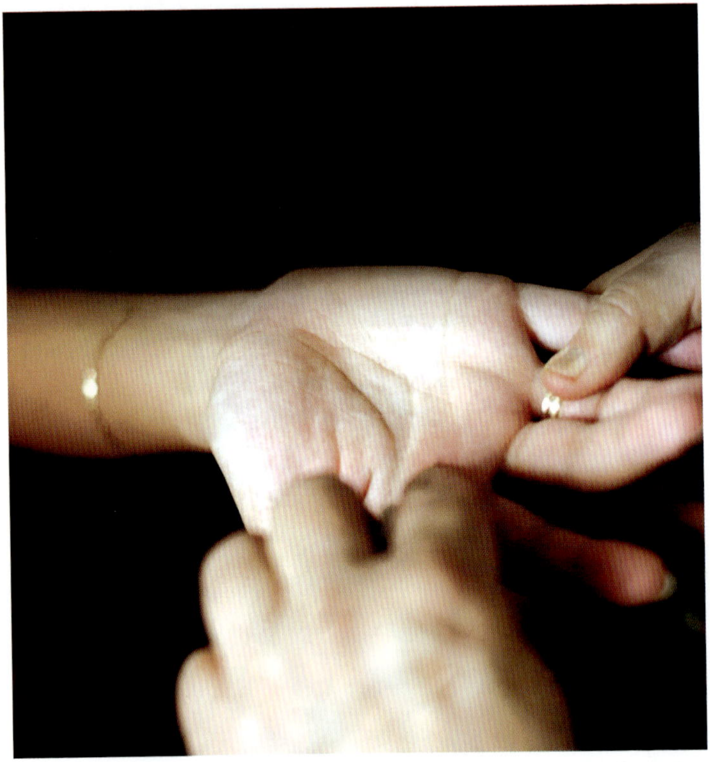

டாக்டர். **ஜெ.விஜயாராணி**
ஐ.ஏ.எஸ்

விரல்களில் தேடி...

விரல்கள் தொட்டாய்,
துளிக்கூட
விரசமில்லை அதில்!
எங்கோ என்றோ
தொலைத்த ஒன்றை
என் விரல்
ரேகைகளுள் தேடினாய்!
நானும்கூட
அதில்தான்
இருப்பதாய்
விரல்கள் தந்தேன்
தேடியது கிட்டியதா?
தந்தேனா?
தெரியவில்லை
உன் தேடல் மட்டும்
நின்று போனது!

●

52 வனமாய் நீ
மழையாய் நான்!

14

டாக்டர். ஜெ.விஜயாராணி
ஐ.ஏ.எஸ்

கனத்தே கிடந்தது!

நான் காதலென்றேன்!
நீ நட்பென்றாய்!
மெய்ப்பித்திட
என்னையே
உருக்கிக்கொண்டும்
எதற்கும்
இளகவில்லை நீ.
நட்பென்ற நீயும்
இளகிடாது,
காதலென்ற நானும்
இறங்கிடாது.
எதுவும் பெறவும் செய்யாது
எதையும் தரவும் செய்யாது
இருந்தாற் போலவே
இருக்குது இருவர்
நெஞ்சும்!

●

வனமாய் நீ
மழையாய் நான்!

15

விரல்களில் உலகம்!

தூறலும் சாரலுமாய்
காற்று மெல்லத் தொட
மேகம் போர்த்தி
நகர்ந்தது வெளிச்சம்.
வெளிச்சம் தொட இயலாது
தோற்ற சாரல்
ஊர்தியின் இறக்கிய
சன்னல் வழி
என் கன்னம் தீண்டி
கேசம் கலைத்து, சிலிர்த்திட,
எதுவும் போர்த்திக் கொள்ள
இல்லா நான்
உன் பக்கம் நகர,
என் விரல்கள்
இறுகப் பற்றிக் கொண்டாய்
பற்றிய உன் விரல்களில்
ரம்மியமாய்த் தெரிந்ததடா
என் மொத்த உலகும்
.

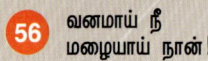

16

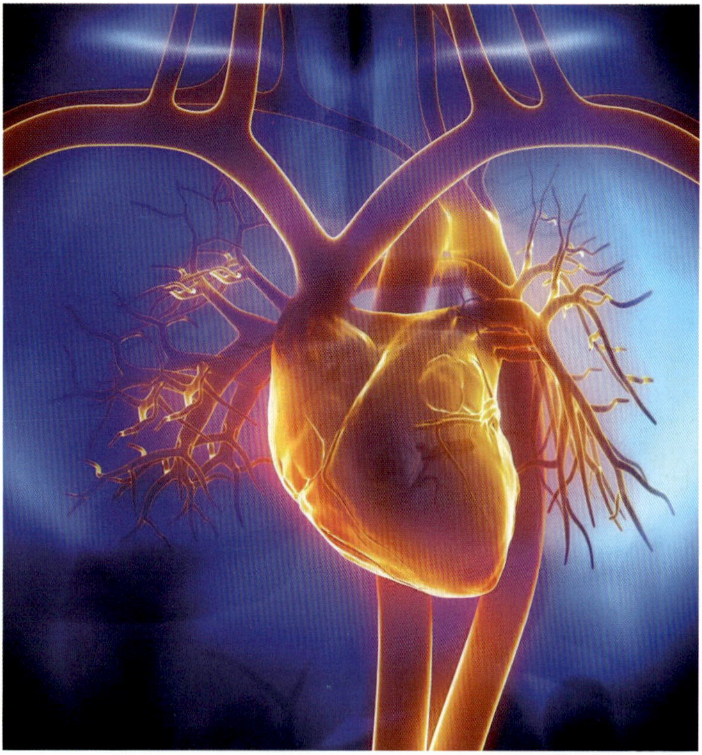

டாக்டர். **ஜெ.விஜயாராணி**
ஐ.ஏ.எஸ்

மின்னலைகள்!

உன்
வார்த்தைகளை
எந்த மின்னலைகள்
கொண்டுச் செய்கிறாய்?
செவித் தொட்டு
மூளையைக் கடந்து
இதயம் சேராது...
நேராய் இதயத்தின்
ரத்தத் துகள்கள்
தாக்கி
அதிர்வலைகள்
செய்து குருதியுள்
மின்னலைகளைப்
பாய்ச்சுகிறதே!

●

58 வனமாய் நீ
மழையாய் நான்!

17

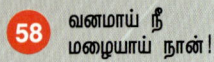

ரோஜா இதழ்கள்!

கைகளில் ஏந்திய
ரோஜா இதழ்களை
காற்றுக்கூட தீண்டிடாமல்
மெல்ல எடுத்துச்
செல்வது போல
கவனமாய் இயக்கினாய்
ஊர்தியை,
சிறிதுகூட பதற்றம்
என்னைத் தீண்டிடாமல்,
புரிந்தது!
உன் அருகே
இருந்த நானும்
உன் மனதில்
இருந்த நானும்
உனக்கு
ரோஜா இதழ்கள்தாம்!

●

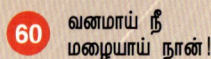
வனமாய் நீ
மழையாய் நான்!

18

டாக்டர். ஜெ.விஜயாராணி
ஐ.ஏ.எஸ்

வினாவும், வினாவும்!

பேசிப் பேசிக்
களைத்தாய்
பெருமூச்சு விட்டாய்!
மௌனித்துக் கிடந்தேன்,
மௌனித்...தே கிடந்தேன்.
நீ விடைதேடும்
அதே வினாக்களுடன்தான்
நானும் விடை தேடி,
உன்னருகில் இருக்கிறேன்
என்பதறிவாயா?
வினாவும் வினாவும்
சேர்ந்து விடையாகிடுமா?
●

62 வனமாய் நீ
மழையாய் நான்!

19

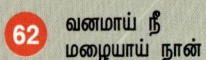

டாக்டர். ஜெ.விஜயாராணி
ஐ.ஏ.எஸ்

என் கடலே!

ஏன் மௌனித்துக்
கிடக்கிறாய்?
அலைக் கரம் நீட்டி
என்னைத் தீண்டிச்
சீண்டவில்லை,
நுரையாய்ச் சிரித்து
பாதங்கள்
வருடவில்லை,
இறைஞ்சி அடித்துக்
கோபம் காட்டவில்லை,
தள்ளினாலும்
திரும்பத் திரும்ப வந்து
முட்டிச் சாய்க்கவில்லை,
ஏன் மௌனித்துக்
கிடக்கிறாய்
என் கடலே!

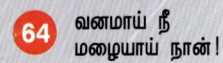

20

டாக்டர். **ஜெ.விஜயாராணி**
ஐ.ஏ.எஸ்

விடையுறு!

உள்ளுக்குள்
எப்படி விழுந்தாய்
எனத் தெரியவில்லை
எடுக்க எடுக்க
சுரங்கம் போல்
வளர்கிறாய்
தோண்டி எடுத்துவிடத்
தீர்ந்திடுமா?
என்னைத் தீர்த்து
சாய்ந்தபின் தீர்ந்திடுமா?
இம்சித்துக் கிடக்கிறாய்,
வெறுமனே வீசியெறிந்திட
இயலாமல் கேள்வியாய்
மாறிவிட்ட நீ!

●

66 வனமாய் நீ
மழையாய் நான்!

21

டாக்டர். ஜெ.விஜயாராணி
ஐ.ஏ.எஸ்

அன்பா?
ஆழிப்பேரலையா?

நீ!
அன்பா?
அல்லது
ஆழிப்பேரலையா?
எங்குக் கிடந்தாய்
இத்தனை நாள்?
ஒரு பெருஞ்சூறாவளி
போல் வந்து
நெடுங்காலமாய்
கட்டி வைத்த
கோட்டை கொத்தளங்களை
எல்லாம்
உடைத்துச் சாய்த்தெறிய
முயல்கிறாய்.
திணறும் என்னை
இழுத்து விழுங்கிவிடப்
பார்க்கிறாய்!

●

68 வனமாய் நீ
மழையாய் நான்!

22

டாக்டர். ஜெ.விஜயாராணி
ஐ.ஏ.எஸ்

பேசாத பொழுதுகள்!

நீ பேசாத
தருணங்களின்
நொடிகள்
மட்டும்
முடிவிலியற்ற பொழுதாய்
நீள்கிறது...
சுழலும்
கடிகார முட்கள்
எண்ணை மட்டுமா
விழுங்கிக் கடக்கின்றன...
என்னையும்
சேர்த்துத்தான்
விழுங்கிக்
கரைத்து
கடந்துபோகின்றன!

●

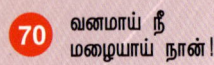

23

டாக்டர். ஜெ.விஜயாராணி
ஐ.ஏ.எஸ்

பொய் துளிர்க்கும்...

உன் வசப்பட்டுவிட
நான் என்ன
உன் முற்றத்துக்
கடைப் பொருளா?
எத்தனை வீறாப்பாய்
சொன்னேன்!
உன்னைக் காண இயலா
பொழுதுகளில்,
என் விழியோரத்தில்
துளிர்க்கும்
ஒற்றைத் துளியை
கேட்டுப் பார்
என் வீறாப்பு,
எத்தனை
பொய்யென்று
அது சொல்லும்!
●

72 வனமாய் நீ மழையாய் நான்!

24

டாக்டர். ஜெ.விஜயாராணி
ஐ.ஏ.எஸ்

மனம் நனைய...

ஒரு கோடை
மழை போல்
வந்தாய்
விழி மூடி
மழை நனையுமுன்
வெறும் சாரல் தூவி
நகர்ந்தாய்... மறைந்தாய்...
எத்தனை சுவாசம்
கடந்தாயோ
அறியேன் நான்
என் சுவாசம் மட்டும்
மனதில் நனைந்துக் கிடக்க
நிஜத்தில்
தேடிக் கிடக்குதடா
உன்னை!

●

74 வனமாய் நீ
மழையாய் நான்!

25

டாக்டர். ஜெ.விஜயாராணி
ஐ.ஏ.எஸ்

உளியான சொல்!

கற்சிலை கற்சிலை
என்றாய்
மொழிந்த சொல்லில்
உளியோடு
தழல் வைத்துச் செய்தாயா?
அடிக்க, அடிக்க,
கற்பூரமென
சிதைகிறேன் நான்
முழுதாய்க் காற்றில் கரைந்து
காணாது போகுமுன்
கடினமாய் எனை
மீண்டும் செய்திடு
அல்லது
பேசா மடந்தையாகவே
மடிந்து போவேன்
நான்!

●

76 வனமாய் நீ
மழையாய் நான்!

26

டாக்டர். **ஜெ.விஜயாராணி**
ஐ.ஏ.எஸ்

வீரமாய் மறுத்திடு!

வேண்டாத நேசத்தை
வேண்டாமென
வீரமாய் மறுத்திடும்
நேர்மை வெகுஜனத்திற்கு
இங்கில்லை!
விழலுக்கு
இறைத்து இறைத்து
காய்ந்து வறண்டு
வெறும் கூடாகி
சிதைகையில்தான்
இறைத்து இறைத்து
இல்லாமல் போனதும்,
தரிசாகிப் போனதும்,
உணர முடிகிறது
இறைத்து இறைத்தே
தீர்ந்த உயிரால்!
●

78 வனமாய் நீ
மழையாய் நான்!

27

டாக்டர். **ஜெ.விஜயாராணி**
ஐ.ஏ.எஸ்

உனது ஆயுள்!

எனது ஏதேனும்
ஒரு தர்மத்தில்
மனம் இறங்கி வந்து,
இறைவன்,
'ஏதேனும் வரம் கேள்'
என்று கேட்டால்,
கேட்பேன்!
இந்தக் கணமே
நான் மரித்திட
வேண்டுமென்றும்,
பிறருக்காய் உழலும்
உன் ஆயுளோடு
என் மிச்ச ஆயுளையும்
சேர்த்து...
உன் ஆயுள்
நீட்டிக்க வேண்டுமென்றும்!
●

80 வனமாய் நீ மழையாய் நான்!

28

டாக்டர். **ஜெ.விஜயாராணி**
ஐ.ஏ.எஸ்

நட்டம்!

கலப்படமற்ற
வணிகத்தில்
முதலுக்கு
நட்டம்!
கலப்படமற்றத்
தங்கம்
அணிந்திட
இயலாது நட்டம்!
கலப்படமற்றதாலேயே
ஏற்கப்படாத
என் நேசம்
உனது நட்டமா?
எனது நட்டமா?
●

29

டாக்டர். **ஜெ.விஜயாராணி**
ஐ.ஏ.எஸ்

கீற்று விலக்கிடும் கதிர்!

சொற்களில்
கிடந்த சிறு பொறி
பெருந்தீயாய் விரிய
பொசுங்கிப் போனது
உயிருக்குள்
உனக்கும் எனக்கும்
பூத்த நேசம்!
ஆனால், அனுதினமும்,
தன்னை மறைத்திடும்
தென்னங்கீற்றை விலக்கி
கதிர், மண் பூத்துக் கிடக்கும்
மலர் தீண்டுதல் போல
எங்கிருப்பினும்
உன் விழிகள்
என்னைப் பார்த்திருக்கும்
என்று நானறிவேன்!
.

வனமாய் நீ
மழையாய் நான்!

30

டாக்டர். **ஜெ.விஜயாராணி**
ஐ.ஏ.எஸ்

புகழிடமா?
புதையிடமா?

நீ!
புகழிடமா?
புதையிடமா?
நான் உன்னிடம்
பத்திரமா?
வெறும் சவமா?
கேள்விக்கு
பதிலில்லை!
தெளிவுறவும்
தெரியவில்லை!
ஒன்று மட்டும்
தெரிகிறது...
மீள்வதும், வீழ்வதும்
மறந்து,
'நாண்' - அற்று
ஆகிவிட்டேன் நான்!
●

86 வனமாய் நீ மழையாய் நான்!

31

டாக்டர். **ஜெ.விஜயாராணி**
ஐ.ஏ.எஸ்

சமிக்ஞை!

மூன்று மணிக்கு
வந்து விடுவேன் என்றேன்
மூன்று தாண்டி
மூன்று நிமிடங்களாகிவிட்டது.
மூன்று முறை
அலைபேசி அடித்தது...
போக்குவரத்து சமிக்ஞை
நிறுத்திட உன்
குறுஞ்செய்தியும், தவறவிட்ட
அழைப்பும் பார்த்து,
குறுஞ்செய்தி படித்திடுமுன்
ஒரு நிமிடம் கடந்து விட,
மிச்சமிருந்த பொழுதில்
தட்டச்சு செய்த
பதிலை அனுப்பிடும்முன்
மூன்று நிமிடம் முடிந்து
பச்சை விளக்கெரிய...
முடிக்காத குறுஞ்செய்தியுடன்,
முகம் திருப்பிக் காத்திருக்கும்
உனக்காக விரைகிறேன்!

●

88 வனமாய் நீ
மழையாய் நான்!

32

டாக்டர். ஜெ.விஜயாராணி
ஐ.ஏ.எஸ்

மெய்க்காதல்!

மூடிய விழிகளுள்
அண்டவெளி
வெளிச்சமாய்க் கிடந்தது,
பாதங்களின் கீழ்
பூமி நழுவியது,
உயிர் உன்
கையேந்திக் கிடக்க
சுவாச மூச்சு
உயிர்தேடித் திணற,
உயிர் உடல்
தேடித் திணற
அந்தரத்தில் அல்லாடி
முழுதாய் தொலைகையில்
மெய்க்காதலும்,
மெய்ஞானம் தானோ!
●

90 | வனமாய் நீ மழையாய் நான்!

33

டாக்டர். ஜெ.விஜயாராணி
ஐ.ஏ.எஸ்

சேராமலே...

பேசிக்கிடந்தோம்
பேசாமலே...
முயங்கிக் கிடந்தோம்
முயங்காமலே...
பகிர்ந்து கிடந்தோம்
பகிராமலே...
இத்தனைக்குப் பின்னும்
எதுவோ ஒன்று
எங்கோ ஆழத்தில் கிடந்தது
எதனோடும்,
ஒட்டாமலும்,
சேராமலும்
எவரும் அறியாமலும்!

●

வனமாய் நீ மழையாய் நான்!

34

டாக்டர். ஜெ.விஜயாராணி
ஐ.ஏ.எஸ்

பனிப் புதிர்!

*சில்லென்று
படர்கிறாய்
பனித்துளியாய்
விழிகள் மூடி
உள்சிலிர்த்து
நீ வந்த தடம்
தேடுமுன்,
மறைந்து
போகிறாய்!
படர்தலும்,
தேடலும்,
மறைதலுமாய்,
புதிர் முடிச்சுகளுடனேயே
நாம் துளியாய்த்
தொட்டுத் தொட்டு நகர்கிறோம்
விடியல்களில்!*

●

35

டாக்டர். ஜெ.விஜயாராணி
ஐ.ஏ.எஸ்

தென்றலாய், தீயாய்...

என்ன தான்
மறுத்து விட்டும்
வெறுத்து விட்டும்
கடிது, நெடிது,
கடந்தாலும்
சில நேரங்களில்
தென்றலாயும்
பல நேரங்களில்
தீயாயும்,
நெஞ்சைத்
தொட்டுக்கொண்டும்
சுட்டுக்கொண்டும்
நீங்காமல்தான்
கிடக்கிறாய்!

●

வனமாய் நீ மழையாய் நான்!

36

டாக்டர். ஜெ.விஜயாராணி
ஐ.ஏ.எஸ்

விரல் பிடித்தும் வெவ்வேறாய்!

வனம் தேடினாய் நீ
வெறும்
எழில் தோட்டமாய்
நான்.
பெருஞ்சூறாவளியாய் நீ
வெறும் தென்றலாய் நான்!
இழுத்து அடிக்கும்
ஆழிப் பேரலையாய் - நீ
சில்லென்று பாதம்
முத்தமிடும் வெறும்
நுரையாய் நான்!
விரல்கள் இறுகப் பற்றி
விலகிடாமல்...
வெகு தொலைவில்
கிடக்கிறோம் நாம்
வெவ்வேறாய்!

98 வனமாய் நீ மழையாய் நான்!

37

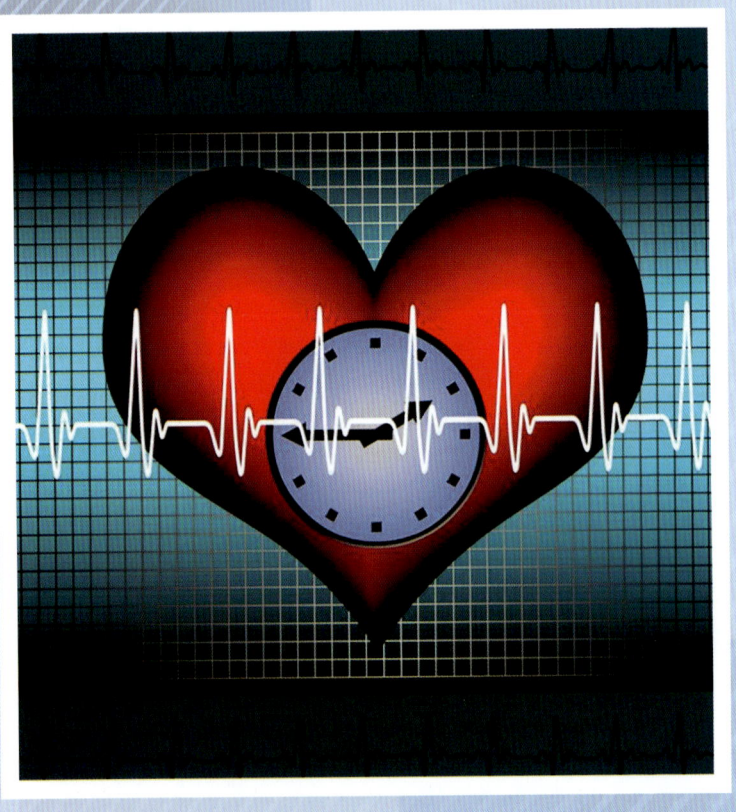

டாக்டர். ஜெ.விஜயாராணி
ஐ.ஏ.எஸ்

புரியவேயில்லை!

ஆரம்பத்தில்
நொடிக்கொருதரம்
பின் மணிக்கொருதரம்,
அதன்பின்,
காலை மாலையென மாறி,
பின் நாளுக்கு ஒருமுறை
என்றாகி,
அடுத்து ஓராண்டுக்கு
ஒருமுறையென...
இப்படியாய்,
தள்ளித் தள்ளிப் போகும்
உனக்கும் எனக்குமான
தொடர்பில், இதயங்களும்தாம்
விலகிப் போகின்றன
என்பதேனோ
உணரவேயில்லை நீ!

●

100 வனமாய் நீ மழையாய் நான்!

38

டாக்டர். ஜெ.விஜயாராணி
ஐ.ஏ.எஸ்

உன் கரங்கள் கொண்டு...

மனது முழுதும்
அமர்ந்து கொண்டு
துவம்சம் செய்கிறாய்
துகள்களாகிக் கிடக்கிறேன்!
மறுபடியும் உருவாகிட
உன் கரங்கள் தேடுகிறேன்,
இதயத்தை மட்டும்
எடுத்துக் கொண்டு
விரல்களைத்
தட்டிவிட்டுச் செல்கிறாய்!
காற்றில் கலந்து - நான்
கரைந்து போகும்முன்,
என் சகிதா!
உன் கரங்கள் கொண்டு
எனை மீளச் செய்திட
மாட்டாயா?

●

102 வனமாய் நீ
மழையாய் நான்!

39

டாக்டர். **ஜெ.விஜயாராணி**
ஐ.ஏ.எஸ்

திவலை நீர்!

கடல் நீரெல்லாம்
குடித்தாலும்
தீர்ந்திடா தாகத்தோடு
நெஞ்சுத் தகித்து
நான் கிடக்க...
வெறும்
திவலைகளில்
நீர் சுமந்து
"தருவேன்!",
"மாட்டேன்!",
என்று தர்க்கம்
செய்கிறாய் – நீ!
நகைப்பாய்
இருக்கிறது!
●

104 வனமாய் நீ
மழையாய் நான்!

40

டாக்டர். ஜெ.விஜயாராணி
ஐ.ஏ.எஸ்

என் பராபரனே!

குற்றமென,
எதைக் கண்டாய்
பராபரனே!
விடியல் பூத்திட
விடை பெற்று,
பகற் பொழுதில்
மனதில் சுமந்து,
அந்தி வீழ்ந்தபின்
அருகமர்ந்து
நாள் கொண்ட
வலிகள் மெல்லச் சொல்லி,
சிரம் சற்று
நெஞ்சோடு சாய்த்து,
அடுத்த யுத்த நாளின்
பொழுதுக்குச் சிறிது
சக்தி தரும்,
"ஒற்றைத் தோள்",
நான் வேண்டி நின்றதில்
குற்றமென எதைக்
கண்டாய் பராபரனே?

●

106 வனமாய் நீ
மழையாய் நான்!

41

டாக்டர். **ஜெ.விஜயாராணி**
ஐ.ஏ.எஸ்

ஏன் மறைத்தாய்!

விழிக் கருவிழியுள்
உருவாய்க் கிடந்து,
பற்றிய விரல்களின்
நுனியில் ஸ்பரிசமாய்க்
கிடந்தது, பின் ஏன் இன்னும்
மொழியால் உறைத்திடாது
மறைக்கிறாய்?
"ஏன்?"
சில நேரங்களில்
வியந்தும்,
சில நேரங்களில்
வேதனையுற்றும்
கிடக்கும், என்
கேள்வியின் பதிலை
கிரீடத்தில் தாங்கிக் கிடக்குது
உன் மௌனம்!

●

108 வனமாய் நீ
மழையாய் நான்!

42

டாக்டர். ஜெ.விஜயாராணி
ஐ.ஏ.எஸ்

வனமாய் நீ!
மழையாய் நான்!

நீ பெய்யென்றால்
பெய்யும் மழையா
என் நேசம்?
முளைவிடாது கிடந்த நீ,
என் நேசமெல்லாம்
விழுங்கி விட்டு,
முளை விட்டு,
கிளை விட்டு,
விருட்சமாகி
வனமாய்க் கிடக்கிறாய்,
வறண்டு விட்ட எனக்கு
ஈரம் கூடத் திருப்பிடாது
மறுத்து விட்டும்,
மறந்து விட்டும்...
ஈரமே அற்ற வனமாய் நீயும்
ஈரம் தேடும் துளிகளோடு
மழையாய் நானும்!

●

110 வனமாய் நீ
மழையாய் நான்!

43

டாக்டர். ஜெ.விஜயாராணி
ஐ.ஏ.எஸ்

நுரை மனது!

நுரையாய்க்
கரை விரல்
தொடுகிறாய்,
துளியாய்
மனசு தருகிறாய்!
சட்டென்று நடுக்கடல்
செல்கிறாய்...
நுரை மனது மறைத்து,
நீல நீராகிறாய்!
மனது மட்டுமா
மறைக்கிறாய்...
உனக்காக
வரிசையில் நிற்கும்
என் இதயமும்தானே
வலித்துக் கிடக்க
வைக்கிறாய்!

112 வனமாய் நீ
மழையாய் நான்!

44

டாக்டர். **ஜெ.விஜயாராணி**
ஐ.ஏ.எஸ்

சிறகடிக்க மறந்து...

தளும்பி நின்ற
நேசம் வழிந்தோட
விரல்கள் தேட,
கண்ணிய தாழ் பூட்டி
விரல்கள் தர மறுத்து
விலகி தூர நின்றோம்!
வானம் அளந்திடுமளவு
சிறகு வளர்ந்தும்
சிறு சிட்டுக் குருவி போல
சிறகைப் பூட்டி வைத்தோம்!
காதல் சாஸ்திரத்தில்
காதலன்றி "வேதம்"
வேறொன்றும் இல்லை,
என்பதறியாது,
தாழும், பூட்டும்
உடைந்தும்,
சிட்டுக் குருவிகளாகவே
கிடக்கிறோம் நாம்
சிறகடிக்க மறந்து!

●

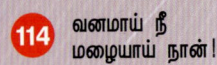

45

நாணும், நானும்!

முதல் நாளின்
பயணம்...
உன் நேசக்கத்தி,
என் ‘நாண்’ - கூட்டை அறுத்திட
உன் அருகில் நான்
வெறும் நானாக!
சில மாதங்களுக்குப் பின்
மறு பயணம்
மீண்டும் ‘நாண்’ - கூடாகிட
உன் மனது தூரமாகிட
உன் அருகில்...
கூடறுத்த நேசக்கத்தி,
தொலைந்ததெங்கு
என்று தெரியவில்லை!

●

116 வனமாய் நீ
மழையாய் நான்!

46

டாக்டர். ஜெ.விஜயாராணி
ஐ.ஏ.எஸ்

மௌனம் பேசிட...

பேசிட இயலா
மௌனங்கள் பேசிட
நீ காத்திருந்தாய்..!
ரத்தத்தின் செல்கள்
யுத்தம் செய்து
உன் நேசம் கேட்டது
உனக்குக் கேட்கவில்லை!
உயிர்த் துடிப்பின்
ஓசையில் நேசம் கேட்டதும்
உனக்குக் கேட்கவில்லை..!
இறுதியில் வெறும்
நினைவுகளை மட்டும்
தந்துவிட்டு...
நனவுகளைப் பறித்துக்கொண்டு
விழிகளுக்குத் துளிகள் மட்டும்
தந்து...
நகர்ந்து போகிறாய்!
●

118 வனமாய் நீ
மழையாய் நான்!

47

டாக்டர். ஜெ.விஜயாராணி
ஐ.ஏ.எஸ்

கூடிய வலி...

வாதிட்டுப் பிரிந்தபின்,
வழக்கமாய்
வலி தீர்ந்து
குடிகொள்ளும்
அமைதியில்லை!
உன் விழியில் துளிர்த்திட்ட,
வழியாத ஒற்றைத் துளியை
என் மனம் கண்டது..!
முன்னைக் காட்டிலும்,
வலி கூடிப் போனது!
வாதம் தவிர்த்து
முந்தைய வலியுடனே
கிடந்திருக்கலாமோ?
உள் கிடந்த
சிறு அமைதியும்
குலைந்து எழுந்தது
கேள்வி!

●

120 வனமாய் நீ
மழையாய் நான்!

48

டாக்டர். ஜெ.விஜயாராணி
ஐ.ஏ.எஸ்

எங்கு தொலைத்தாய்?

காதல் செய்தாய்
உன்னைச்
செதுக்கிச் செதுக்கிச் செய்தாய்!
காற்றின் தீண்டலில்,
நதியின் அலையில்,
மழையின் தூறலில்,
கானகத்தின் பசுமையில்,
மயக்கும் மலை முகட்டில்,
உன் விழியில்,
மொழியில், கவியில்,
அத்தனையிலும் காதல்
செய்தாய்!
இத்தனையும் செய்த
உன்னதா...
உன் காதல் மட்டும்
எங்கு தொலைத்தாய்?
●

வனமாய் நீ
மழையாய் நான்!

49

டாக்டர். ஜெ.விஜயாராணி
ஐ.ஏ.எஸ்

பத்திரமாய்!

என்னைக் காட்டிலும்
உன்னிடம் நான்
பத்திரமாய் இருப்பேன்
எனும் ஒற்றை
உணர்வை மட்டும்
கொடேன்!
காதலென்ன,
உயிரையே உன்னிடம்
தந்து விடுகிறேன்!
●

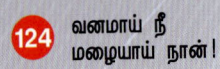

50

டாக்டர். ஜெ.விஜயாராணி
ஐ.ஏ.எஸ்

துறந்த நேரம்!

கிடைத்திடா விந்தையென
முடிவு செய்து
தேடல் துறந்த நேரம்..
தேடல்களின் வரமாய்
நீ கிடைத்தாய்,
எந்தச் சட்டத்திலும் எழுதிடா,
வெறும் மரபெனும்
சமூகச் சாத்தான் செய்த
பேதங்கள்...
முள்வேலியிட்டு
மறித்து நிற்க
மவுனித்துக் கிடந்தது
நேசம்..
என்னை உன் வசமும்
உன்னை என் வசமும்
சேர்த்திட முடியாது..!
●

126 வனமாய் நீ மழையாய் நான்!

51

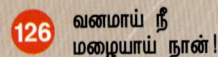

டாக்டர். ஜெ.விஜயாராணி
ஐ.ஏ.எஸ்

பொழுதுகள் இல்லை!

மௌனங்களே
எனக்குப் புரிகிறது
பேசிடவே தேவையில்லை
என்றாய்..!
அப்பொழுதெல்லாம்
என் முட்டாள்
மூளைக்கு ஏனோ எட்டவேயில்லை
அதன் அர்த்தம்
நீ பேசி
முடித்து விட்ட
பின்னர் நான்
பேசிட முயல்கையில்
செவி மடுக்க
உனக்குப் பொழுதுகள்
இருக்காதென்று!
●

128 வனமாய் நீ மழையாய் நான்!

52

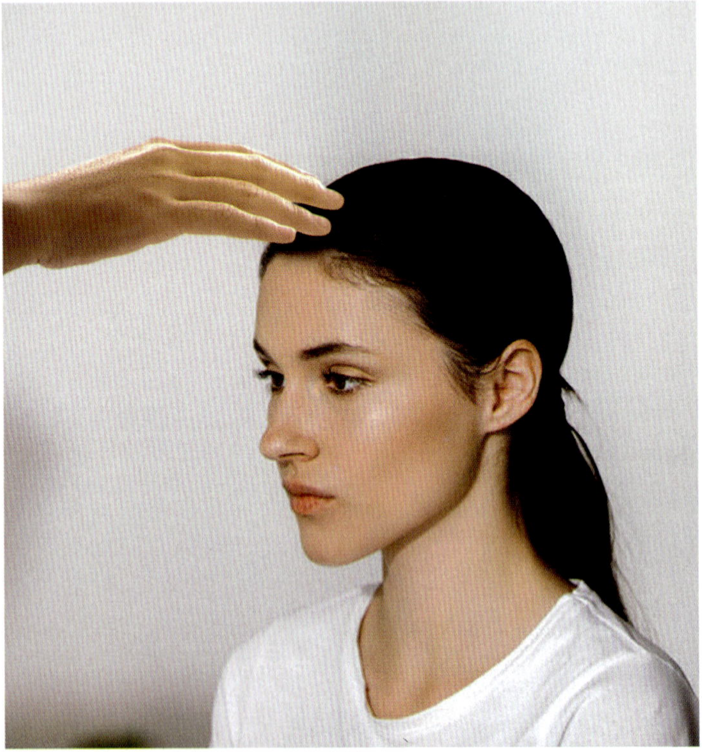

தலையில் அடித்து..!

உன் விரல்கள், என் சிரம்
தீண்டிவிடக் கூடாதென்று...
பிறந்தது முதல் வணங்கிய
கடவுளையெல்லாம்
வேண்டிக்கொண்டுதான்
கேட்டேன்..!
"என் தலையில்
அடித்துச் சொல் உன் மனதில்
நான் இல்லை" என்று,
என் உதடுகள்
வார்த்தைகள் உதிர்த்து
நீ பதிலிருக்கும் கணங்கள் வரை,
மரணித்து... மரணித்து...
எனைத் தீண்டவே தீண்டாத
உன் விரல்கள் என் சிரம் தீண்டி,
"மனதில் இல்லை"
என்றபோது,
விழியுதிர்த்து நகர்ந்தது,
நான் அல்ல, என் சவம்
என்பதறிவாயா?

●

130 வனமாய் நீ
மழையாய் நான்!

53

டாக்டர். **ஜெ.விஜயாராணி**
ஐ.ஏ.எஸ்

இறுதி ஆசை!

இறுதியாய்...
இறந்து
என் விழிகள்
மூடு முன்,
எவரேனும்
நிறைவேற்றிட வேண்டி,
இறுதி ஆசை
எதுவென்று கேட்டால்
சொல்வேன்,
உன்னை மட்டுமே
நேசித்து,
இறுதிவரை
உன்னை மட்டுமே
சுமந்து கிடந்த,
இதயத்தை
உன்னிடமே
தூக்கி எறிந்துவிட்டு
நான் மட்டும்
இறந்து போக
வேண்டுமென்று!

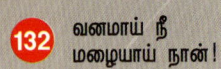

54

டாக்டர். ஜெ.விஜயாராணி
ஐ.ஏ.எஸ்

உன் இதயக் குறிப்பில்...

என்னுடனான
நாட்களை
உன் இதய நாட்குறிப்பின்
பக்கங்களில்,
இப்படி எழுதிவை!
ஆங்கொரு நதி
அமைதியாய்
நகர்ந்து கொண்டிருந்தது,
நான் களைத்து,
சோர்ந்து கரை தேடிச் சென்று
அமர்கையில் எல்லாம்
தன் பளிங்கு விரல்களால்
என் பாத விரல்களை
வருடி முத்தமிட்டு
முகிழ வைக்கும் என்று...
பக்கங்கள் நகர நகர
உன் பாதங்கள்
வருடிய நதியும்
நகர்ந்து நெடுந்தூரம்
போனதென்று!

•

134 வனமாய் நீ
மழையாய் நான்!

55

டாக்டர். ஜெ.விஜயாராணி
ஐ.ஏ.எஸ்

இறுதி பார்வை!

அந்த பார்வை..!
நெடுங்காலம்,
உன்னைச் சுவாசித்த
நேசம்தானே சொன்னேன்?
குப்பையென என்னைப் பார்த்தாய்...
பல ஆயிரம்
வாட்ஸ் மின்னாற்றல்
கொண்ட பார்வை...
மூளைச் செல்களைத்
தாக்கி என் நிஜம் மீட்டது...
என்னைக் குப்பையாக்கிய
உன் மீதான "நேசம்"
மின் பார்வை அதிர்வில் உதிர்ந்து,
என் பாதங்களின்கீழ் விழ,
நேசம் வீசியெறிந்து
மீண்ட நான்
நிஜத்தில் கம்பீரமாய்,
நிமிர்ந்த நடையோடு
குப்பைகளற்று
மிக அழகாய் இருந்தேன்!
●